Fún:

_____

Láti ọwọ́:

_____

Ọlọrun ni Olùpamọ́ Rẹ

Philip O. Akinyẹmi

ỌLỌRUN NI OLÙPAMỌ́ RẸ
Copyright © 2023 by Philip O. Akinyẹmi.

Awọn ẹsẹ Bibeli ti inu iwe yi wa lati inu Bibeli Mimọ ti Yoruba lati ọwọ Ẹgbẹ Bibeli ti orilẹ-ede Nigeria (The Bible Society of Nigeria), 1960.

Ẹnikẹ́ni kò gbọdọ̀ da ohunkóhun kọ tàbí kí ó gbé ohunkóhun jáde ninu ìwé yì yàtọ̀ fun iṣẹ́ ìwádìí, láìgbà àṣẹ tí a kọ sílẹ̀ fun ṣíṣe bẹ́ẹ̀ lati ọwọ́ òǹkọ̀wé tàbí olùṣèwé.

Email Òǹkọ̀wé:
feedmypeople365@gmail.com

ISBN:

Softcover: 978-0-9979238-6-5
Hardcover: 978-0-9979238-7-2
Ebook: 978-0-9979238-8-9

Visit the author's website at:
www.philipakinyemi.com/books

Printed in the United States of America

Fun awọn ọmọ-ọmọ mi ati gbogbo awọn ọmọde ni gbogbo agbaye—ẹnikankan yin sọwọn li oju Ọlọrun.

Philip O. Akinyẹmi

JOSEFU NINU IHÒ — Genesisi 37

Josefu ọmọ Jakọbu jẹ ọdọmọkunrin ti o bẹru Oluwa. Kí i darapọ mọ awọn arakunrin rẹ nigbati wọn bá ńse ibi. Josefu jẹ ọmọ ogbó Jakọbu, atipe o ni fẹ́ rẹ ẹ jù gbogbo awọn ọmọ rẹ lọ, o si dá ẹwu alarabara fun. Josefu si tun jẹ àlálá. Ninu awọn àlá rẹ, ori pe gbogbo ẹbi ńforibalẹ̀ fun u. Fun idi eyi, awọn arakunrin rẹ tunbọ korira rẹ ẹ si.

Ni ojọ kan, baba rẹ rán lọ lati wo awọn arakunrin rẹ ti ńsọ agbo-ẹran. Nigbati awọn arakunrin rẹ ri i, wọn gbìmọ̀ pọ̀ lati pa á, sugbọn dipo ki wọn pa á, wọn sọ sinu ihò. Nigbati oya, wọn wa a tá si oko ẹru. Ọlọrun fi abo rẹ ẹ bo ninu ihò ati ni ibi gbogbo ti o lọ. Nigbati oya, Josefu di alákòso ni Egipti, nibiti o ti gba awọn enia rẹ ẹ kuro lọwọ ebi nigba iyán nla.

"Angẹli Oluwa yi awọn ti o bẹru rẹ ká, o si gbà wọn" (Orin Dafidi 34:7).

MOSE LI ẸBA ODÒ – Ekisodu 1-2

Ni akokò ti a bi Mose, Farao, ọba Egipti, ti se ofin ki a pa awọn ọmọkunrin titun ti awọn Israẹli ba bi. Sugbọn Jokebedi, ìyá rẹ ẹ, pa a mọ́ fun oṣù mẹta, nigbati kò le pa a mọ́ mọ́, o fi ewé pápírúsì hun apèrẹ̀, ó sì fi ọ̀dà ati oje igi sán a; o si tẹ́ ọmọ na sinu rẹ̀; o si gbé e sí àrin koríko li ẹba odò na. Miriamu ẹgbọ́n rẹ̀ obinrin duro li òkere lati mọ̀ ohun ti yio se ọmọ na.

Ọlọrun dabo bo ọmọ na ko si jẹ ki ohun ibi ki o sunmọ ọ. Nigbana ni ọmọbinrin Farao wá si odò na lati wẹ̀, nibẹ ni o si ti ri i. Ni ọna iyanu, Ọlọrun sétó ki a gbé ọmọ na pada fun ìyá rẹ̀ lati tọ́ fun ọmọbirin Farao. Nigbati ọmọ na dàgba, o gbé e pada fun ọmọbinrin Farao, oún si dí ọmọ rẹ̀. O si sọ orukọ rẹ̀ ni Mose, o si wipe, "Nitori mo fà a jade ninu omi."

"Kiyesi i, awọn ọmọ ni ini Oluwa" (Orin-Dafidi 127:3).

SAMUẹLI – 1 Samuẹli 1-2

   Iya Samuẹli, Hanna ti yàgan fun igba pipẹ, o si gbadura pe ti Oluwa ba fun oún ni ọmọkunrin oún yio fun Oluwa pada fun isẹ rẹ ẹ ni gbogbo ojọ aiye rẹ ẹ. Oluwa si dahun adura rẹ, Hana si mu ejẹ́ rẹ sẹ ẹ. Nigbati o si gba ọmu lẹnu rẹ̀ (o si wa ni ọmọ kekere), Hana si mu u wá si ile Oluwa ni Ṣilo, o si ńgbe pẹlu Eli ti ńse alufa, Samuẹli ko si kuro lọdọ rẹ ẹ.

Oluwa bojuto o tọsan toru, o si pamọ kuro ninu ibi. O si dàgba, o si di woli ńla ati olori ni Israẹli.

◇◇◇

"Emi kò jẹ fi ọ silẹ, bẹni emi kò jẹ kọ ọ silẹ" (Heberu 13:5).

◇◇◇

DAFIDI – 1 Samueli 17

Dafidi bi ọdọmọkunrin sọ agutan baba rẹ. Kiniun kan wá o si gbè ọdọ agutan kan, Dafidi sì ba kiniun na ja, o si lù u pa a. Nigba miran, amọtẹkun kan tun wá bi ti kiniun, Dafidi sì tun pa amọtẹkun na. Ọlọrun pa Dafidi mọ lọwọ awọn ẹranko buburu wọnyi. Ni ọjọ kan, baba Dafidi, Jesse rán ki o mú onjẹ lọ fun awọn ẹgbọn rẹ ti wọn jẹ ọmọ ogun ati lati wo alafia wọn. Ni akoko yi awọn ogun Israẹli ńba awọn ogun Filistìni ńja.

Dafidi si gbọ bi akikanju Goliati ti ńgan ogun Israẹli, o si ba ninu jẹ pe ẹnikan ńsọrọ buburu si awọn enia Ọlọrun. Dafidi nigbagbọ ninu Ọlọrun ti o fun oún ni isẹgun lori kiniun ati amọtẹkun pe yio fun oún ni isẹgun lori Goliati ẹniti giga rẹ jẹ igbọnwọ mẹfa ati ibu atẹlẹwọ kan (9' 9"). Pẹlu ọrọ idaniloju, Dafidi sọ fun Saulu ọba pe oún yio bá Goliati ja bẹni oún o si bori rẹ. Pẹlu *kànnàkànnà ati okuta* o sure pade Goliati osi pá a.

◇◇◇◇◇◇◇◇◇◇◇◇◇◇◇◇◇◇◇◇◇◇◇◇◇◇◇◇◇◇

"Nitori kò si ohun ti Ọlọrun ko le ṣe" (Luku 1:37).

◇◇◇◇◇◇◇◇◇◇◇◇◇◇◇◇◇◇◇◇◇◇◇◇◇◇◇◇◇◇

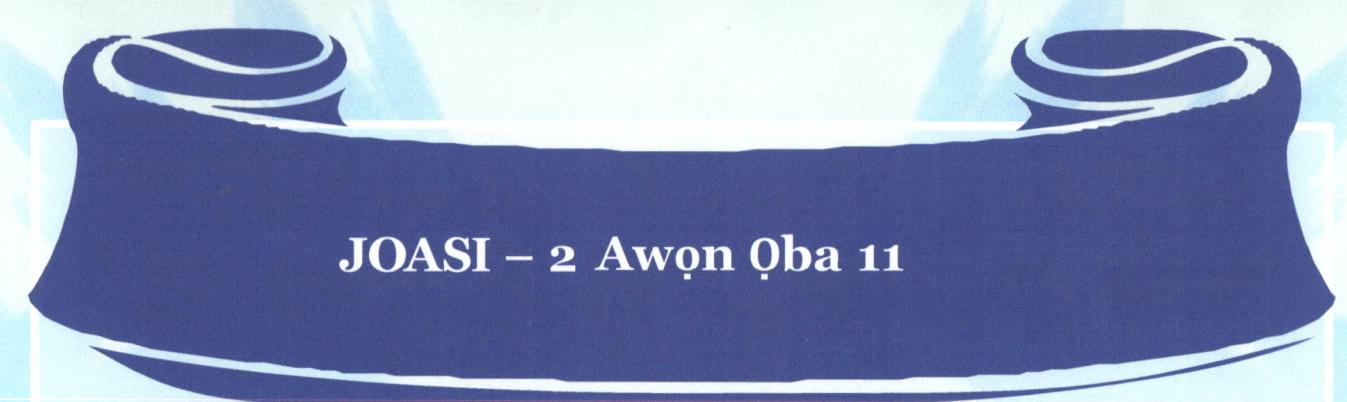

JOASI – 2 Awọn Ọba 11

Joaṣi, ọmọ-ọwọ kunrin ọba Ahasiah ti Juda ni Ọlọrun da ẹmi rẹ si nigbati a pa ọba, ti iyá rẹ̀, Ataliah pasẹ ki a pa gbogbo iru-ọmọ ọba run. Ọlọrun sọ Joaṣi o si dabo bo o, bi Jehoṣeba, arabinrin Ahasiah ti gbe pa a mọ ninu iyẹ̀wu kuro lọdọ Ataliah fun ọdun mẹfa ni akoko ti o fi jọba lori Juda.

Li ọdun keje Jehoiada alufa si fi ororo yàn Joaṣi bi ọba Juda. Nitoriti Ọlọrun ti ba Dafidi da majẹmu pe irú-ọmọ rẹ kí yio sái jọba.

"Ohunkohun kò tase ninu ohun rere ti Oluwa ti sọ fun ile Israeli; gbogbo rẹ̀ li o ṣẹ" (Josua 21:45).

"

AWỌN ỌDỌMỌKUNRIN HEBERU MẸTA – Danieli 3

Ọba Nebukadnessari ti Babiloni yá ere wura kan, o si pàṣẹ pe ki gbogbo enia ki o wolẹ, ki wọn si sin ere na. Ẹnikẹni ti o ba kọ ni a o si gbé sọ sinu adágún iná. Ṣadraki, Meṣaki, ati Abednego, ọdọmọkunrin mẹta yi ti ńṣe ọmọ Heberu kọ lati sin ere yi. Wọn jẹ ọmọ Ju, lati kekere wọn ni ati kọ wọn ki wọn mase sin ere (oriṣa), sugbọn Ọlọrun kanṣoṣo. Lẹsẹkẹsẹ ni Nebukadnessari ọba pàṣẹ pẹlu ibinu pe kí a gbé wọn sọ sinu adágún iná. Ọlọrun si rán angẹli rẹ lati gba wọn ninu adágún iná, tobẹ ti iná ko fi lagbára lori wọn nitoriti wọn gbẹkẹle Ọlọrun.

"Iwọ kò gbọdọ ní Ọlọrun miran pẹlu mi. Iwọ kò gbọdọ tẹ ori ara rẹ ba fun wọn, bẹni iwọ kò gbọdọ sìn wọn"
(Eksodu 20:3, 5).

"Nigbati iwọ ba nlà omi kọja, emi o pẹlu rẹ, ati lárin odò, nwọn ki yio bò ọ mọlẹ: nigbati iwọ ba nrin ninu iná, kí yio jo ọ, bẹni ọwọ́-iná ki yio ràn ọ" (Isaiah 43:2).

DANIẸLI – Daniẹli 6

Nigbati ọba Dariusi ara Media wa ni ijọba, awọn olori ilẹ na gbimọ pọ lati da ofin ti yio mú Daniẹli. Ofin ti wọn da silẹ nipe, ẹnikẹni to ba bere ńkankan lọwọ Ọlọrun tabi enia kenia niwọn ọgbọ̀n ọjọ bikoṣepe lọwọ ọba, a o gbé e sọ sinu ihò kiniun. Daniẹli mọ Ọlọrun alàyè o si fi gbogbo ọkan rẹ sin. Daniẹli kọ lati gbadura si enia, bikoṣepe Ọlọrun rẹ. Wọn gbé Daniẹli sọ sinu ihò kiniun, ero wọn nipe awọn kiniun yio pájẹ, sugbọn Ọlọrun dabobo o awọn kiniun ko si le pa lara.

Ni afẹmọjumọ, ọba yara Kánkan lọ si ibi ihò kiniun na, o si kigbe si Danìẹli, o si dáhùn wipé, "Ọlọrun mi rán angẹ́li rẹ̀, o si di awọn kininu na lẹnu, ti wọn kò fi le pa mi lara: gẹgẹ bi a ti ri mi lailẹsẹ niwaju rẹ̀; ati niwajù rẹ pẹlu, ọba, emi kò si ṣe ohun buburu kan" (Daniẹli 6:23). Inú ọba dùn gidigidi, o sì pàṣẹ ki a mú Daniẹli jade wá lati inu ihò kiniun.

"Nitótọ, bi mo tilẹ nrin larin afonifoji ojiji ikú, emi ki yio bẹru ibi kan; nitori ti Iwọ pẹlu mi; ọgọ rẹ ati ọpá rẹ nwọn ntù mi ninu" (Orin Dafidi 23:4).

JONA

Jona jẹ woli Ọlọrun. Oluwa rán Jona lọ si ilu ńlá Ninefe ki o wású si i nitori ìwa buburu rẹ̀. Dipo ki Jona lọ si Ninefe o wọ ọkọ oju omi ti ńlọ si Tarṣiṣi, Jona se aigbọran si Oluwa. Oluwa si rán ẹfufu nla jade si oju okun, awọn enia ná bẹrù pe gbogbo wọn yio segbé. Lai pẹ, wọn woye pe Jona ni o fa iji lile yi i. Wọn si gbe Jona sọ sinu okun. Oluwa si ti pese ẹja nla kan lati gbe Jona mi. Jona gbadura ninu ẹja, Oluwa sì dariji i, O si sọ fun ẹja na ki o pọ Jona sori ilẹ gbigbẹ ni ọjọ kẹta. Jona si dide, o si lọ si Ninefe lati wasu gẹgẹ bi ọrọ Oluwa, wọn si ronupiwada kuro ninu iwa buburu wọn.

◇◇◇◇◇◇◇◇◇◇◇◇◇◇◇◇◇◇◇◇◇◇◇◇◇◇◇◇◇◇◇◇◇◇◇◇◇◇◇

"Nibo li emi o gbe lọ kuro lọwọ ẹmi rẹ? tabi nibo li emi o sárè kuro niwaju rẹ? Bi emi ba gòke lọ si ọrun, iwọ wa nibẹ: bi emi ba si tẹ́ ẹni mi ni ipò okú, kiyesi I, iwọ wà nibẹ" (Orin Dafidi 139:7-8).

◇◇◇◇◇◇◇◇◇◇◇◇◇◇◇◇◇◇◇◇◇◇◇◇◇◇◇◇◇◇◇◇◇◇◇◇◇◇◇

PETERU – Iṣe Awọn Aposteli 12

Herodu ọba fi Peteru sinu túbu fun wi wású ìhìnrere. Ijọ si bẹrẹ ńfi tọkantọkan gbadura si Ọlọrun fun u. Ni afẹmọju ọjọ ti Herodu iba si mú u jade fun idajọ, bi Peteru ti sùn li arin awọn ọmọ-ogun meji, a fi ẹwọ̀n meji de e. Angẹli Oluwa ji i, o ni, dide ki o si má tọ̀ mi lẹhin. Wọn si jade kuro ninu túbu, nigbati wọn si de ẹnu-ọna ilẹkun irin, ti o lọ si ilu, o si tikararẹ̀ ṣí silẹ fun wọn:

Peteru ṣebi oún wà li ojuran. Nigbati angẹli mu de ọna igboro kan; lojukanna angẹli na si fi i silẹ. Nigbayi ni Peteru to mọ pe, Oluwa rán angẹli rẹ̀ osi gbà li ọwọ Herodu. Ọlọrun ni o da ẹmi Peteru si.

"Ọpọlọpọ ni ipọnju olododo; ṣugbọn Oluwa gbà a ninu wọn gbogbo" (Orin Dafidi 34:19).

AWỌN ANGẸLI WỌN MBẸ NIWAJU ỌLỌRUN - Matteu 18

Nwọn gbé awọn ọmọ kekere wá sọdọ Jesu ki o bá le gbé ọwọ le wọn ki o si sure fun wọn. Awọn ọmọ-ẹhin rẹ ro pe isẹ pọ fun lati ri aye fun awọn ọmọ kekere, sugbọn Jesu wi fun awọn ọmọ-ẹhin rẹ ki wọn má ṣe da awọn ọmọ kekere lẹkun lati wá sọdọ ouń

Sugbọn nigbati Jesu ri i, inu bi i, o si wi fun wọn pe, "Ẹ jẹ ki awọn ọmọ kekere ki o wá sọdọ mi, ẹ má si ṣe da wọn lẹkun: nitoriti irú wọn ni ijọba Ọlọrun. O si gbé wọn si apa rẹ, o gbé ọwọ́ rẹ le wọn, o si sure fun wọn" (Marku 10:14, 16).

"Kiyesara ki ẹnyin má gàn ọkan ninu awọn kekeke wọnyi; nitori mo wi fun nyin pe, nigbagbogbo li ọrun li awọn angẹli wọn nwò oju Baba mi ti mbẹ li ọrun" (Matteu 18:10).

Orin-Dafidi 23

1 Olúwa ni Olùṣọ́ èmi àgùntàn rẹ̀, èmi kì yóò ṣe aláìní.
2 Ó mú mi dùbúlẹ̀ sí ibi pápá oko tútù Ó mú mi lọ sí ibi omi dídákẹ́ rọ́rọ́;
3 Ó mú ọkàn mi padà bọ̀ sípò Ó mú mi lọ sí ọ̀nà òdodo nítorí orúkọ rẹ̀.
4 Bí mo tilẹ̀ ń rìn Láàrin àfonífojì òjiji ikú, èmi kì yóò bẹ̀rù ibi kan; nítorí ìwọ wà pẹ̀lú mi; ọ̀gọ rẹ àti ọ̀pá à rẹ wọ́n ń tù mí nínú.
5 Ìwọ tẹ́tábìlì oúnjẹ sílẹ̀ níwájú mi ní ojú àwọn ọ̀tá à mi; ìwọ ta òróró sí mi ní orí; aago mí sì kún àkúnwọ́sílẹ̀.
6 Nítòótọ́, ire àti àánú ni yóò máa tọ̀ mí lẹ́yìn ní ọjọ́ ayé è mi gbogbo, èmi yóò sì máa gbé inú ilé Olúwa títí láéláé.

Ma ka Orin-Dafidi yi li ojojumọ, si má ka sita pẹlu.

Orin-Dafidi 121

1 *Èmi yóò gbé ojú mi sórí òkè wọn-ọn-nì—níbo ni ìrànlọ́wọ́mi yóò ti wá*

2 *Ìrànlọ́wọ́mi tí ọwọ́ Olúwa wá Ẹni tí ó dá ọrun òun ayé.*

3 *Òun kì yóò jẹ́ kí ẹsẹ̀ rẹ kí ó yẹ̀; ẹni tí ó pa ọ́ mọ́ kì í tòògbé.*

4 *Kíyèsi, ẹni tí ń pa Israẹli mọ́, kì í tòògbé bẹ́ẹ̀ ni kì í sùn.*

5 *Olúwa ni olùpamọ́rẹ; Olúwa ní òjìji rẹ ní ọwọ́ ọ̀tún rẹ*

6 *Oòrùn kì yóò pa ọ́ ní ìgbà ọ̀sán tàbí òṣùpá ní ìgbà òru.*

7 *Olúwa yóò pa ọ́ mọ́ kúrò nínú ibi gbogbo yóò pa ọkàn rẹ mọ́*

8 *Olúwa yóò pa àlọ àti ààbọ̀ rẹ mọ́ láti ìgbà yìí lọ àti títí láéláé.*

Ma ka Orin-Dafidi yi li ojojumọ, si má ka sita pẹlu.

Yoruba	English	Yoruba	English
Obi	Parents	Alufa	Priest
Ọlọrun	God	Agutan	Sheep
Oluwa	Lord	Kiniun	Lion
Orùn	Sun	Ọba	King
Oṣupa	Moon	Òrìṣà	Idol
Ọmọ	Child	Iná	Fire
Àlá	Dream	Idájọ	Judgment
Ihò	Pit (Hole)	Ẹja	Fish
Kànnàkànnà	Sling	Owurọ̀	Morning
Ọmọkunrin	Boy	Aṣalẹ	Evening
Ọmọbinrin	Girl	Afẹ́fẹ́	Wind
Oṣù	Month	Túbu	Prison
Ìyá	Mother	Ihin-rere	Good news
Baba	Father	Irin	Iron
Kekere	Small	Adura	Prayer

ABD Yorùbá

A a *Pronounce:* ah	B b bee	D d dee	E e ay	Ẹ ẹ air
F f fi	G g ghee	Gb gb gbee!	H h he	I i ee
J j jee	K k kee	L l lee	M m me	N n knee
O o oh!	Ọ ọ or!	P p pee	R r ree	S s c
Ṣ ṣ shi	T t tee	U u uh!	W w wee	Y y yee

Other Books by Philip O. Akinyemi

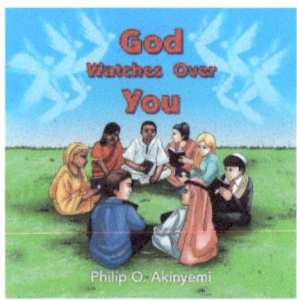

The biblical stories in this book will help children remember that no matter what is happening in their lives or around them, God cares and watches over them day and night. Unlike parents, God does not sleep or get tired. God also knows the future. He is faithful and will always keep His promises.
ISBN: 978-0-9979238-4-1

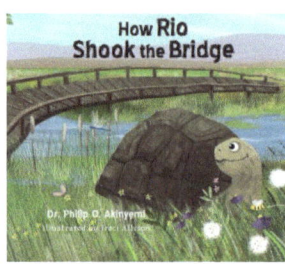

Rio the tortoise was not intimidated and didn't feel inferior keeping company with the elephant, and thereby achieved his desire to shake the bridge. Are you afraid of joining someone who is smarter or better than you? You can accomplish more if you team up with someone better than you.
ISBN: 978-1-7342603-0-4

This book uses some Bible characters who obeyed God and were rewarded or blessed to illustrate the importance of obedience. For example, Noah obeyed God and built an ark, and he and his family were the only ones saved from the flood. If you too obey God, your parents, and those in authority, you will be rewarded.
ISBN: 978-1-7351099-5-4

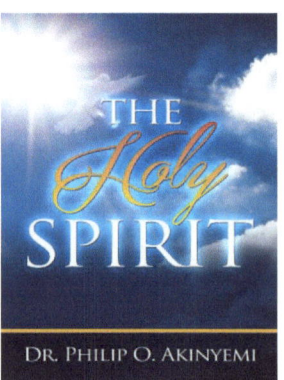

Do you know the Holy Spirit is your loving and faithful Comforter in time of sorrow? He is a divine Person who is available 24/7 to help you. Jesus the Son of God depended utterly upon the Holy Spirit in His earthly ministry, and we must do likewise in order to be effective and successful in our calling in life.
ISBN: 978-1-60383-524-4

www.ingramcontent.com/pod-product-compliance
Lightning Source LLC
Chambersburg PA
CBHW041437010526
44118CB00002B/104